Sa Mga Magulang, Guro, Daycare Workers, at Mananalaysay

Isang parangal ang kuwentong ito sa kadakilaan ng isang ina ng tahanan. Itinanghal sa kuwento ang ina bilang isang misteryo. Maghapong nagtatrabaho ang ina; kung ano-ano ang ginagawa: pagluluto, paglalaba, paglilinis ng bahay, pagsusulsi ng damit. Dapat na magaspang ang kaniyang palad dahil sa mabibigat na gawain. Ngunit bakit ang lambot at gaan ng kaniyang kamay kapag nag-aalaga ng anak?

To Parents, Teachers, Daycare Workers, and Storytellers

This story honors the selfless role of a mother. The mother is portrayed in the story as a mystery. She works the whole day; she performs all sorts of tasks: cooking, doing the laundry, cleaning the house, sewing clothes. Though her hands be roughened by housework, they soften with tenderness when she touches her child.

Adarna House
Sagisag Pangkalakal ng Adarna House, Inc.
Trademark of Adarna House, Inc.

Unang limbag ng unang edisyon, 1996
Unang limbag ng ikaapat na edisyon, 2003

Gawa at limbag sa Filipinas
Inilathala ng Adarna House, Inc.
Room 102 JGS Bldg., 30 Scout Tuason St., Quezon City, Philippines
Telefax: (632) 372-3548
E-mail: adarnahouse@adarna.com.ph
URL: www.adarna.com.ph

Kuwento ni Ompong Remigio
Salin sa Ingles nina Ompong Remigio, Louie Bretaña, Sheila Gonzales, at Lilit Reyes
Guhit ni Beth Parrocha-Doctolero

First printing of the first edition, 1996
First printing of the fourth edition, 2003

Printed in Metro Manila, Philippines
Published by Adarna House, Inc.

Story by Ompong Remigio
English translation by Ompong Remigio, Louie Bretaña, Sheila Gonzales, and Lilit Reyes
Illustrations by Beth Parrocha-Doctolero

ISBN 971-508-023-5

Para sa mga puna at mungkahi, tumawag sa Adarna House sa telepono blg. 372-3548/49 o sumulat sa 73-A Sct. Limbaga St. Bgy. Laging Handa, Quezon City o kaya naman, mag-e-mail sa adarnahouse@adarna.com.ph.

For comments and suggestions, you may call Adarna House at 372-3548/49 or write us at 73-A Scout Limbaga St., Bgy. Laging Handa, Quezon City, or e-mail adarnahouse@adarna.com.ph.

PAPEL
DE
LIHA
SANDPAPER

Kuwento ni/*Story by* **OMPONG REMIGIO**
Guhit ni/*Illustrations by* **BETH PARROCHA-DOCTOLERO**

Ang nanay ko, ang imis-imis.
Pag may duming nakadikit,
   kiskis dito, kiskis doon.
Pag may mantsa sa damit,
   kuskos dito, kuskos doon.
Pag may sebo sa kawali,
   kaskas dito, kaskas doon.

My mother is so neat.
If there's something icky and sticky,
   she rubs here and there.
If the shirt is blotchy,
   she scrubs here and there.
If the pan is greasy,
   she cleans here and there.

Dadako siya sa sala at mag-aayos.
Pag may diyaryong nakakalat,
 ligpit dito, ligpit doon.
Pag may tornilyong maluwag,
 higpit dito, higpit doon.
Pag may maumbok na kutson,
 pitpit dito, pitpit doon.

She'll go to the living room and tidy up.
If the morning paper's crumply,
 she folds here and there,
If the screw's screwed loosely,
 she twists here and there.
If the pillow is lumpy,
 she fluffs here and there.

Papasok siya sa kusina at magbubusisi.
Pag may ulam na malamig,
    Salang dito, salang doon.
Pag may isdang sariwa,
    Sigang dito, sigang doon.
Pag may kalan na tabingi,
    kalang dito, kalang doon.

She'll go inside the kitchen and tinker.
If the food is icy,
    she boils here and there.
If the fish is jumpy,
    she stews here and there.
If the stove is wobbly,
    she wedges here and there.

Tutuloy siya sa silid
at titingnan ang aking gamit.
Pag may sintas na maluwag,
 tali dito, tali doon.
Pag may tastas na laylayan,
 tahi dito, tahi doon.
Pag may butas na pundilyo,
 tagpi dito, tagpi doon.

She'll go to my room and go through my things.
If the laces are forlorn,
 she ties here and there.
If the hem's torn,
 she sews here and there.
If the crotch is worn,
 she patches here and there.

Gagawi siya sa paliguan at mag-uusisa
Pag may wee-wee na nakita,
　　　buhos dito, buhos doon.

Pag may aah-aah na naiwan
　　buhos dito, buhos doon
Pag may ooh-ooh na sumingit,
　　buhos dito, buhos doon.

She'll pass by the bathroom and have a look-see.
If drops of wee-wee have gone astray,
　　she splashes here and there.
If bits of aah-aah are on display,
　　she flushes here and there.
If little ooh-oohs get in the way,
　　she washes here and there.

Iikot siya sa bakuran, sa may halamanan.
Pag may dahong naglaglagan, walis dito, walis doon.
Pag may ipot ng ibon, palis dito, palis doon.
Pag may uod na naipon, alis dito, alis doon.

'Yan si Nanay. Ang imis - imis.
Maghapon at magdamag, kiskis - kuskos.
Higpit - ligpit. Salang - sigang.
Tali - tagpi. Walis - palis.

She'll go to the backyard, to the garden.
If the leaves have gone a-falling,
    she sweeps here and there.
If the birds have gone a-dropping,
    she scrapes here and there.
If the worms are up and crawling,
    she plucks here and there.

That's my mom who's really, really neat.
The whole afternoon, the whole day,
    she rubs and scrubs, folds and fluffs,
    simmers and stews, patches and sews,
    sweeps and scrapes, mends and tapes.

Isang araw dumating si Tita Maring.
Ang sabi niya: "Ano ba naman Milagring!
Kaskas - kiskis - kuskos ka nang kaskas
    kiskis - kuskos kaya kumapal at
    gumaspang ang mga palad mo.
Parang papel de liha na pang - isis.
Hinay - hinay ka lang at magpalambot
    ng balat at baka hindi na hawakan
    ni Turing ang kamay mo."
Hindi na hahawakan ni Tatay ang kamay
        ni Nanay?
Bakit? Ano ba ang papel de liha?

One day, for a visit came my Aunt Maring.
She said, "What's wrong with you, Milagring?
You keep on scrub-sweep-scouring
        and scrub-sweep-scouring
        until your palms have gone
        rough and thick-skinned.
It's like sandpaper!
So, please take a break and smoothen your skin
        or Turing may not hold your hand!"
My father will not hold my mother's hands?
Why? What is sandpaper?

Naghanap ako sa bahay ng papel de liha
pero papel de hapon lang ang nakita ko.
Pumunta ako sa tindahan ni Aling Epang
at bumili ako ng papel de liha.

Magaspang ito. Mahapdi sa balat.
Gasgas ang kahoy sa isang kaskas.
Nisnis ang damit sa isang isis.
Ganito nga ba kagaspang ang kamay
ni Nanay?

I looked for sandpaper all over the house
    but I found only Japanese paper.
I went to Mrs. Epang's store
    and bought some sandpaper.
It was coarse. It scratched and stung my skin.
The wood was scraped in a scratch.
The cloth was torn in a rub.
I couldn't imagine that my mother's hands
    could be this rough.

Minsan, nilagnat ako at napilitang mahiga.
Si Nanay, tumabi sa akin.
Nang tumaas ang lagnat ko, punas dito, punas doon.
Nang sumama ang pakiramdam ko
lunas dito, lunas doon.
Nang sumakit ang mga buto ko, himas dito, himas doon.

Pero bakit hindi mahapdi ang himas ni Nanay?
Bakit hindi nagasgas ang balat ko
nang humimas at humaplos siya sa akin?
Lalo akong guminhawa sa bawat himas ni Nanay.
Mali si Tita Maring.
Hindi papel de liha ang mga palad ni Nanay.

There was a time when I was feverish
    and I had to stay in bed.
My mother stayed close to me.
When I was hot and shivery,
    she bathed me here and there.
When I felt weak and shaky,
    she cured me here and there.
When my bones were all achy,
    she massaged me here and there.

But how come my mother's touch never did hurt?
And my skin wasn't scratched.
Her touch made me feel so much better.
Aunt Maring was wrong.
My mother's palms were not like sandpaper at all.

Noong magaling na ako, nakita ko na naman si Nanay na umiikot ng bahay.

Pag di pantay ang laylayan ng kurtina, lilip dito, lilip doon.
Pag may bubuwit sa silong, silip dito, silip doon.
Pag may palay sa bigas, tahip dito, tahip doon.

Pag may laruang nagkalat, kipkip dito, kipkip doon.
Pag nabukulan ako, kapkap dito, kapkap doon.
Pag may ligaw na kuting, kupkop dito, kupkop doon.

When I was well enough,
    I saw my mother working in the house again.

If the curtains need some mending,
    she stitches here and there.
If some mouse would go a-hiding,
    she peeps here and there.
If the rice still needs some husking,
    she tosses here and there.

If the toys are thrown all over,
    she plops them here and there.
If a bruise on my head's a bother,
    she comforts me here and there.
If a kitten strays from somewhere,
    she keeps it here and there.

Minsan, nakita kong magkahawak - kamay
   si Nanay at Tatay.
 Ang sarap tingnan.
Mali talaga si Tita Maring.
Hindi papel de liha ang mga palad ni Nanay.

Hindi papel de lihang isis dito, isis doon.
Kiskis dito, kiskis doon.
Kaskas dito, kaskas doon.

There was a time I saw
    my mother and father holding hands.
It was a sight to behold.
Aunt Maring was wrong.
My mother's palms are not like sandpaper.
Not like sandpaper that scrapes here and there,
    scratches here and there, rubs here and there.

Pero di ko pa rin matiis na tanungin si Nanay
kung bakit nasabi ni Tita Maring na papel de liha
ang mga palad niya?

"Anak makapal at magaspang na ang mga
palad ko dahil sa kakatrabaho," ang sabi niya.
Inisip ko, pinalambot ng magaspang na kamay
ni Nanay ang unan sa ulo ko.
Ang manok na nilaga.
Ang kutson sa upuan.
Ang medyas at kamiseta ni Tatay.
Ang lupang batuhan.
Pati lumang pandesal lumambot din.

But still I can't help asking my mother
    about Aunt Maring's remark
    that her palms felt like sandpaper.

"Dear child, my palms are thick and coarse
    because I'm always working," my mother said.
I thought about it.
My mother's coarse palms made the pillow I slept on so soft.
The boiled chicken...
The cushions on the seat...
My father's socks and shirts...
The rocky soil...
And even day-old crusty bread...
They're all softened by her rough, gritty hands.

Pumunta ako kay Nanay
at humawak sa kamay niya
Pakiramdam ko, kahit kailan,
ayaw ko nang bumitiw pa.

I went to my mother and held her hands.
I felt like I did not want to let go...ever.

TULONG SA PAG-AARAL

Ang kuwentong *Papel de Liha* ay isang pagpupugay sa kadakilaan ng ilaw ng ating tahanan. Sa pamamagitan ng kuwento ay mauunawaan ng bata ang sipag at tiyaga ng isang ina sa paggawa nito ng mga gawaing-bahay at sa pag-aalaga sa kaniyang pamilya.

Sabjek	Mga Paksa para sa Talakayan
Halagahan *(Values)*	**Pagpapahalaga sa ina ng tahanan** **Pagtulong sa ina sa mga gawain sa bahay**
Pagbasa *(Reading)*	**Paglalarawan sa pangunahing tauhan** **Pagbigay ng buod ng kuwento** **Pagbigay ng pangunahing diwa ng kuwento**
Filipino	**Mga panahunan ng pandiwa** **Mga pang-uri**
Language	*Verb tenses* *Adjectives*

STUDY GUIDE

Sandpaper pays tribute to the first and most important woman in our lives—our mother. The story will help the child realize and learn to appreciate the selflessness of a mother in performing household tasks and taking care of her family.